ஆரஞ்சு மணக்கும் பசி

ஸ்டாலின் சரவணன்

உயிர்மை
பதிப்பகம்

விலை ரூ. 85

உயிர்மை பதிப்பக வெளியீடு: 582

ஆரஞ்சு மணக்கும் பசி ∕ கவிதைகள் ∕ ஆசிரியர்: ஸ்டாலின் சரவணன் ∕ ©ஸ்டாலின் சரவணன் ∕ முதல் பதிப்பு: டிசம்பர் 2016 ∕ வெளியீடு: உயிர்மை பதிப்பகம், 11/29 சுப்பிரமணியம் தெரு, அபிராமபுரம், சென்னை –600 018 தொலைபேசி: 91–44–24993448, மின்னஞ்சல்: uyirmmai@gmail.com, இணையதளம்: www.uyirmmai.com ∕ அச்சாக்கம்: மணி ஆஃப்செட், சென்னை 600 077

Orange manakkum pasi ∕ Poems ∕ Author: Stalin Saravanan ∕ © Stalin Saravanan ∕ Language: Tamil ∕ First Edition: December 2016 ∕ Demy 1x8 ∕ Paper: 18.6 kg maplitho ∕ Pages: 96 ∕ Published by Uyirmmai Pathippagam, 11/29 Subramaniam Street, Abiramapuram, Chennai - 600 018, India. Phone: 91-44-24993448, e-mail: uyirmmai@gmail.com, Website: www.uyirmmai.com ∕ Printed at Mani Offset, Chennai 600 077 ∕ Price: Rs. 85

ISBN : 978-93-85104-73-2

ஸ்டாலின் சரவணன்

புதுக்கோட்டை மாவட்டம் கறம்பக்குடியில் 1978ல் பிறந்தவர். அரசுப் பள்ளி ஆசிரியராகப் பணிபுரியும் இவர் தமிழ்நாடு முற்போக்கு எழுத்தாளர் கலைஞர்கள் சங்கத்தின் மாவட்டப் பொறுப்பில் உள்ளார். ஆசிரியர் அமைப்பில் தீவிரமாக இயங்குபவரும்கூட.

ஆனந்த விகடன், கணையாழி போன்ற இதழ்களில் கவிதைகள் எழுதி பரவலான வெளிச்சம் பெற்றவர்.

இவரது முதல் தொகுப்பு 'தேவதைகளின் வீடு' (2014) அகரம் பதிப்பில் வெளிவந்தது.

இது இரண்டாவது தொகுப்பு.

மனைவி சிவரஞ்சனி. மகன்கள் சுபாஷ் ஜவஹர், சித்தார்த்.

நன்றி

ஆனந்த விகடன் / கணையாழி / குங்குமம் / ஜன்னல் / இனிய உதயம் / கிழக்கு வாசல் உதயம்.

ச.தமிழ்ச்செல்வன் / சு.வெங்கடேசன் / பாரதி கிருஷ்ணகுமார் / கதிர்பாரதி/ ந.ரெங்கராஜன் / மதுக்கூர் இராமலிங்கம் / கவிஞர் நந்தலாலா / 'பூபாளம்' பிரகதீஸ்வரன் - செந்தில் /தெ.வெற்றிச் செல்வன் / புலியூர் முருகேசன் / இயக்குநர் இரா.சரவணன் /யுகபாரதி / மீரா.கதிர் / ந.முருகேச பாண்டியன் / சுதீர் செந்தில் / கவிஞர் கலாப்ரியா / கீரனூர் ஜாகிர்ராஜா / இரா.தனிக்கொடி / ப்ரான்சிஸ் கிருபா /மு.முருகேஷ் / மனுஷி.

தங்கம்மூர்த்தி / நா. முத்துநிலவன் / ஜீவி / கவிவர்மன் / குரு.தனசேகரன் / என்.செல்லத்துரை / டாக்டர்.சலீம் / ரமா.ராமநாதன் / சு.மதியழகன் / ராசி. பன்னீர்செல்வன் / ஆர்.நீலா / செம்பை மணவாளன் / எஸ்.இளங்கோ / இரா.ஜெயலெட்சுமி.

ப.உமாபதி / இளைய.மனோகரன் / அருட்சகோ.பீ.செல்வராணி / துரை.குணா.

சுரேஷ் மான்யா / சச்சின் / தூயன் / கே.பாக்யா / மாசெ / அண்டனூர் சுரா / பழ.ஆசைத்தம்பி / மு.கீதா / ரா.கார்த்திகேயன் / புதுகை செல்வா / செல்வா-சுவாதி.

கிருஷ்ணப்ரியா / களப்பிரன் / நா.விச்வநாதன் / விஜயகுமார் / 'பிம்பம்' சாகுல் / செ.சண்முகசுந்தரம் / அகிலா கிருஷ்ணமூர்த்தி / துவாரகா சாமிநாதன் / 'உதிரி' விஜயகுமார்.

கனிமொழி.ஜி / யாழி / ப்ராங்க்ளின் குமார் / வலங்கைமான் நூர்தீன் / ப.சதீஷ்பிரபு / கலைச்செல்வி / ஸ்ரீ தேவி ரம்யா / தர்மராஜ் பெரியசாமி / நா.கோகிலன் / ந.கன்னியாக்குமார் / கார்த்திக் திலகன் / தங்க நாகேந்திரன் / சேயோன் யாழ்வேந்தன் / சசிக்குமார் ராமச்சந்திரன் / ராஜு மாரியப்பன் / ராஜ்குமார் / ராமசங்கு / திண்டுக்கல் தமிழ்ப்பித்தன்.

'சேனட் மூன்' விக்னேஷ்- இயக்குநர் பி.எஸ்.வினோத் ராஜ் மற்றும் நண்பர்கள் / கறம்பக்குடி சூப்பர் லயன்ஸ் நண்பர்கள்.

என்னுரை

24x7 ஈரம் வழியும் சொற்களும் பனைவெல்ல நிமிடங்களும்

ஆழ்மனதில் சலனப்படுத்தும் ஒன்று கவிதையாக மேலெழும்புகிறது. கவிதை எழுதுபவனின் மனது சிறு காற்று வீசினால் அசையும் இறகைப் போல.

கவிதையொன்றைப் பதியமிட அனுபவங்களில் மெல்ல எட்டிப் பார்க்கும் ஒன்றை சட்டெனக் கைப்பற்றிக் கொள்கிறேன். அதுவொன்றும் கம்பி மேல் நடப்பது, காற்றில் பறப்பது போல சாகசமானது அல்ல. ஆனாலும், வாசிப்பவரை லேசாக அசைத்துப் பார்க்க மொழியோடு கலந்து தருகையில் அது அம்மா வைக்கும் மீன்குழம்பு ருசியாக காலம் கடந்தும் மணக்கிறது.

கவிதைகள் வாசிப்பது, எழுதுவது, அது குறித்துப் பேசுவது என இரு கைகள் விரித்துப் பறக்கவே பிடிக்கிறது. கவிதைகளும் நண்பர்களும் சேரும் பெரும் பொழுதுகள் வாழ்வின் பனைவெல்ல நிமிடங்கள். கண்ணாடிக் கோப்பையில் நிரப்பி வைத்த மதுவில் மிதக்கும் ஐஸ் துண்டுகளைப் போலக் காலம் கரைகிறது. என் கவிதையைக் கைப்பிடித்து அடுத்தடுத்த பரப்பிற்கு இழுத்து வந்தவர்கள் அதுபோன்ற நண்பர்களே.

பயணத்தில் காற்றில் அசையும் கம்மல்கள் அணிந்த காதுகளுக்குச் சொந்தக்காரி, எருமையின் முதுகில் அமர்ந்து தன் அலகைக் கூர் தீட்டிப் பார்க்கும் பெயர் தெரியாத சின்னஞ்சிறு குருவி, கட்டிலின் அடியில் கிடக்கும் பொம்மை வண்டியின் தொலைந்த சக்கரத்தைக் கண்டுபிடிக்க வீட்டையே கலைத்துப் போடும் பொடியன், பாயசம் உறிஞ்சுகையில் பற்களில் சிக்கும் ஏலக்காய் விதையாய் கவிதை வாசிப்பின் கடிபடும் ஒரு சொல் என கவிதை பிறக்கும் நொடி எதுவென்று நிச்சயித்துக்கொள்ள இயலாது.

குறைந்தபட்சம் ஒரு கல்லை விட்டெறிந்தால் அது உருவாக்கும் வட்ட அலைகளைப் போல சிறிதும் பெரிதுமான அலைகளையேனும் விரியச் செய்யவே கவிதைகள் வாழ்வின் நொடிகளில் தத்தித்தாவி மூழ்கடித்துக்கொள்கின்றன.

இறைக்க ஊறும் மணல் போல மனது, அன்பென்னும் ஈரத்தில் கசிந்து கவிதைகளை ஈந்து கொண்டே இருக்கும் வாழ்க்கையைத்தான் கேட்கிறது.

எனைச் சுற்றி எப்போதும் அன்பானவர்கள் இருப்பதாகவே எண்ணுகிறேன். இந்த வாழ்க்கை அவ்வளவு பிடிக்கிறது சின்னச் சின்ன அழகிய முரண்களுடன். எல்லோர் கைகளிலும் முத்தமிடவே இதழ்களை 24 x 7 ஈரமாக வைத்திருக்க ஆணை பிறப்பித்திருக்கிறது மூளை. அன்பால் என்னை வதம் செய்யும் அத்தனை பேருக்குமானது இத்தொகுப்பு.

திருவிழாவின்போது தோளில் வைத்துப் பிள்ளைகளை உயர்த்தி சாமி காட்டும் நேசமிக்கவரைப் போல கவிஞர் மனுஷ்யபுத்திரன் என் கவிதைகளைப் பதிப்பித்து உலகுக்கு உயர்த்திக் காட்டுகிறார். உயிர்மைக்கும் அவருக்கும் கடன்பட்டதாகின்றன என் கவிதைகள்.

மிகுந்த அன்புடன்
ஸ்டாலின் சரவணன்

கறம்பக்குடி
புதுக்கோட்டை மாவட்டம்
98425 05065
stalinsaravanan@gmail.com

"எப்ப வீட்டுக்கு வருவீங்க?" அன்பின் மிரட்டலுக்கும்-
'கிண்டர் ஜாய்' அழகிய நச்சரிப்புகளுக்கும்

நிலா பார்த்தல்

சூலியொருத்தி தன் பெருவயிறு கிழித்து
நிலவைப் பிட்டு சிசுவுக்கு ஊட்டுகிறாள்

அடர் வனக்குளத்தில் மிதக்கும் நிலவை
கூரிய நகக்கால்கள் குத்திக் கிழிக்கின்றன
மென் உதடுகள் அள்ளிப் பருகித் தணிகிறது

ஆலைகள் கசக்கிப் பிழிந்து
சக்கையாகிப் போன ஒருவன்
சனிக்கிழமை இரவு
நிறை போதையில்
நிலவைத் தலைக்கு வைத்து
விடும் குறட்டையில்
ஊர் துயில் புரள்கிறது

ஸ்வச் பாரதத்தில் ஒரு பீங்கான் வைத்து
மூவண்ணத் தடுப்பிட்டு
ஒரு சக்கரப் பூட்டிட்டு
வாழ்வைக் கழிக்க இயலா ஒருத்தி
ஒளிர்மிகு இரவுகளைச் சபித்து
அமாவாசைகளையே விரும்பி வரவேற்கிறாள்

கலைடாஸ்கோப்பில் கண் பொருத்திப் பார்ப்பதும்
நீலவானில் தலைநிமிர்த்தி நிலா பார்ப்பதும் ஒன்று

ஒவ்வொரு ஜோடிக் கண்களுக்கும்
ஒரு பூப் பூக்கிறது

வானம் பார்க்க
நடைபாதையில் புணர்ந்து கிடக்கும்
ஒருத்தியின்
மயக்கம் செழித்து
நிலைகுத்திய விழிகளில் அச்சமுற்று
நிலா தன் நடையில்
கொஞ்சம் வேகம் கூட்டியது

ஆரஞ்சு மணக்கும் பசி ❀ 9

அஞ்சலி

வயதில் பழுத்தொன்று
நோயுற்று ஒன்று
காற்று கிழித்த இளம் இலையொன்று
என மரம் மூன்று இலைகளை
ஏககாலத்தில் இழந்தது
அம்மரப் பறவைகளுக்குத் துக்கம்

கூடி ஒரு முடிவெடுத்து
இலையஞ்சலிக்கு ஏற்பாடுகள்
பக்கத்து நகரத்திலிருந்து
மாபறவை விருந்தினர்

அஞ்சலிப் பேச்சைத் தொடங்கிய பறவை
வானம் கிளை மரமென
தன்பெருமை அலகு கிழித்தது

கடைசியாய் இப்படி முடித்தது
இப்பேர்ப்பட்ட பெருமைகளில் வாழ
இலைகள் செய்த தவம்தான்
என்னவோ!

மாமன்றப் பறவைகள் சிறகடித்து
ஒலியெழுப்ப
நொந்து போன இலைகளில்
மேலும் மூன்று
மரத்திலிருந்து குதித்து
மாண்டதே மிச்சம்

கோடானு கோடி நன்றி!

எனக்குத் தினமும் கனவு
வருகிறது என்றேன்
உனக்கும் அப்படியே என்றாய்

ஒருநாள் கடவுள்
மறுநாள் சாத்தான்
முறை வைத்து வந்து போவதாக
ரகசியம் உடைத்தேன்
உனக்கும் அதே என்றாய்

ஒரு சுபயோக தினத்தில்
தேவர்களும் அரக்கர்களும் கூடி
ஓலை எழுதிப் பொன்பூட்டிட்டேன் உனக்கு
நாளதிலிருந்து கனவு வருவதில்லை

மாறாக நீ சாத்தானாகும் நாளில்
நான் கடவுளாவேன்
எனக்கு கோரப்பற்கள் நீளும் போது
உனக்கு முதுகில் இறக்கை முளைக்கும்

இந்தப் பகடை ஆட்டத்தில்
இரு தாயங்கள் விழ-
அதற்கு
ஒரு கடவுள் ஒரு சாத்தான் பெயரிட்டு
நம் கண்விழி பதிந்து கைரேகை உருட்டி
அரசாங்கம் தந்த
ஆதார் கார்டும் பெற்று மகிழ்ந்து
நன்றிக் கடன்பட்டோம் வாழ்க்கைக்கு

ஆரஞ்சு மணக்கும் பசி

தண்ணீர் நிரப்பியும் சாகாத
பசி நிறைந்த வயிறோடு
உறங்கச் செல்பவனுக்கு
நடுநிசி தாண்டிக் கனவொன்று

மினுமினுக்கும் நிறத்தில்
ராட்சத உருவில்
வரும் ஆரஞ்சின் மணம்
நாசியைத் துளைக்கிறது

அந்தச் சுளையின் சுவையெண்ணி
நாவெங்கும் எச்சில் ஊற
வாஞ்சையாய்த் தடவுகிறான்
மெல்ல நகம் பதித்துக் கீறி
இரு கை கொண்டு
தோல் உரிக்க உரிக்க
பாஞ்சாலியாகும் ஆரஞ்சிடம்
களைத்துப் போகிறான்

கனவிலிருந்து மீண்டு வந்து
பானை அடிதடவி
ஒரு தம்ளர் தண்ணீர் சேகரித்து
அருந்தி மீண்டும் கனவில்
பெரும் பசியோடு நுழைகிறான்

சிறு இடைவேளைக்குப் பிறகு
விளையாட்டு மீண்டும் தொடங்குகிறது

வண்ணக் கணக்கு

கணக்கு சார் பால்கென்னடிக்கு
வாழ்க்கை
ஒரு வட்டம்
ஒரு சதுரம்
ஒரு முக்கோணம்
ஒரு நாற்கரம்
ஒரு அல்ஜீப்ரா

முள்ளில்லாத மீன் பார்த்து வாங்க
இளஞ்சிவப்பாய் நல்கறி வாங்க
கொத்தனாருக்குச் சம்பளம் பேச
எது ஜினல் ஜினல் ஒரிஜினல் பட்டு
ஓரம்பரைக்குள் யார் யார்
என்ன உறவில் வருவர்
அவருக்கு ஏதும் தெரியாது

கணக்குத் தவிர எதுவும் வராது
அதுவும் கெமிஸ்ட்ரி எனில்
சுத்தமாய் வராதென்றே
நினைத்திருந்தோம்

மகரந்தக் குழல்கள் ஒத்த
காதணிகள் அணிந்து
நீலம் பஞ்சுமிட்டாய்
கருப்பு பச்சை
சிவப்பு கத்தரிப்பூ
வண்ணங்கள் தரித்து
சூர்யா டீச்சர் வரும்போதெல்லாம்
அதே வண்ணத்தில் சாரும் வர
சிக்கலான ஒரு சூத்திரம்
சித்திரம் போல் உருக்கொண்டு
ஊருக்குள் நடமாடத் தொடங்கிற்று

இது பதினேழாவது முயற்சி

மூன்று நாட்கள் செலவழித்து
பதினான்கு தளங்கள் கடந்து
மொட்டை மாடிக் கைப்பிடிச் சுவரில்-
உலரும் இளஞ்சிவப்பு நிற
பூப்போட்ட சட்டையொன்றின் மீது
நின்று கொண்டிருக்கும்
இந்த எறும்புக்கு-
இன்னும் சில நொடிகளில்
தற்கொலை செய்து கொள்ளும்
திட்டமொன்றிருக்கிறது

அதற்குள் தடதடவென
ஓடிவந்த ரட்சகியொருத்தி
அந்தச் சட்டையை
மார்போடு சேர்த்தணைத்து
விர்ரெனத் தரைத்தளம் திரும்புகிறாள்

சிதறி விழுந்த எறும்பு
மீண்டும் படிகளில்
ஏறத் தொடங்குகிறது

தடம்

காலம் காலமாய்க் களவு கொண்ட
கோடான கோடி கால்தடங்கள்
கடலெங்கும் மிதக்கின்றன

தூரத்தில்
நங்கூரமிட்டு நிற்கும்
கப்பலின் அடியில்தான்
மூச்சு முட்ட நெறிபடுகிறது
கடந்தமுறை வந்தபோது
கடல் திருடிச் சென்ற என் தடம்

ஒவ்வொன்றை வாரும்போதும்
ஒரு சுவை உணரும்

வயதில் பழுத்தவரின்
கால்தடங்களைக்
கொண்டு செல்லும் முன்னொரு நொடி
தொட்டு வணங்கிக் கண்களில்
ஒத்திக் கொள்ளும் கடல்-
இளஞ் ஜோடிகளெனில்
தனிச் சிலிர்ப்புக் கொள்ளும்

குழந்தைகள் தடங்களை
மீனுக்கும் கிள்ளத் தராது
கன்னத்தில் வைத்து கைப்பொத்தி
ஏந்திச் செல்லும்

பறவைகளின் தடங்களை
எடுத்துச் சென்றதும்
பறக்க விட்டுவிடுவதாக
கடற்காகம் பெருமை கரைகிறது

நண்டுகளின் தடங்களைச்
சூரியனில் சுட்டு
நிலவுக்குத் தின்னத் தருகையில்
வந்து நிற்கும் நட்சத்திரங்களுக்கு
ஒரு வாய் ஊட்டுகிறது கடல்

முகமெங்கும் மஞ்சள் சிரிப்போடு
அந்திப் பொன் நிறத்தில்
பொட்டிட்ட பெண்ணொருத்தி
பூக்கூடையை மடியில் கிடத்தி
கடல் பார்த்துச் சம்மணித்திருக்கிறாள்
கோவில் வாசலில் பூ விற்றுக் கொண்டே
பாதணிகளைப் பாதுகாப்பவளை நகலெடுத்தாற் போல

ஆகாதவன்

வேட்டை நாயொன்று
அகோரப் பசியோடு
நாக்கைத் தொங்கவிட்டபடி
தனக்கான நாளைத் தொடங்குகிறது

நான் என் காலணிகளைத்
துடைத்துக் கொண்டிருக்கிறேன்

வானில் ஷெல்குண்டுகள் தெறிக்க
ஓடிக்கொண்டிருக்கிறான் போர்க்களத்தில்

நான் எனக்கான தவறவிட்ட பேருந்தை
அண்ணா சாலையில்
பத்து அடிக்கு முன்பாகத்
துரத்திக்கொண்டிருக்கிறேன்

இந்த நாள் போகப் போக
இன்னும் குரூரமானது

பொழுதுணர்ந்து
காலை மதியம் இரவு வணக்கங்களை
உனக்குக் குறுந்தகவலிட இயலாது

பிறந்தநாளை நினைவில் வைத்து
வாழ்த்த நேரமில்லாதவன்

எதற்கு எந்த முகக்குறியீட்டுப் பூவை
என்வினவியில் பதிலாய் அனுப்புவதென அறியேன்

உனக்கான உள்ளாடைகளைப்
பல வண்ணங்களில் தெரிவுசெய்து
பெட்டியிலிட்டுப் பளபளக் காகிதம் சுற்றி

அன்பளித்து இன்ப அதிர்ச்சியில்
இதழ்கள் குவித்து
உன்னிடமிருந்து ஒரு 'வாவ்' வாங்கத் தெரியாது

கிழக்குக் கடற்கரைச் சாலையில்
முதுகில் உனை ஒட்டிக்கொண்டு
காற்றைக் கிழித்துச் செல்ல
குதிரையேதும் இல்லாமல்
நகரப் பேருந்துக்கு விதிக்கப்பட்டவன்

ஆகவே
எதற்கும் லாயக்கில்லாத இவனுக்காக
உன் ஈரப்பார்வை குறுநகை ஒன்றையும்
இனி செலவில் வைக்காதே

'எங்கேயும்...எப்போதும்...'

காலத்தின் அடிநாக்கில்
சர்க்கரைச் சுவையூட்டும்
பாடலொன்றைப் பண்பலையில்
இந்த நகரத்துக்குச் சமர்ப்பிக்கிறாள்
நேயள் ஒருத்தி

ராகத்தில் வேகமூட்டப்பட்டு
நகாசு வேலையில் ஜொலிக்கும்
அந்தப் பழைய பாடல்
'சங்கீதம் சந்தோஷ'த்தைக்
காற்றில் தூவுகிறது

நாவெங்கும் படரும்
பாயசத்தின் இடையே
பற்களில் கடிபடும் முந்திரியைப் போல
'ஐ லவ் யூ பேபி' என்று
போதையூட்டுகிறாள் பாடகி

அதில் தள்ளாடியபடியே
வீடு வந்தடைகிறான் தலைவன்

கூந்தலை அள்ளி முடிந்துகொண்டே
கதவைத் திறக்கும் தலைவியின்
காதைக் கடிக்கிறான்
'ஐ லவ் யூ பேபி' என்று

அதன் பிறகு
எம்.எஸ்.வி. எஸ்.பி.பி. யோகி.பி.க்கு
இந்த இரவைச் சமர்ப்பிக்கும்
வேலையை மளமளவென
செய்யத் தொடங்கிவிட்டனர்
தலைவனும் தலைவியும்

பேய்களும் ஆன்ட்ரியா டாப்சியும்

பகலில் பாட்டி மடியில் கேட்ட பிசாசுக் கதைகள்
இரவு ஞாபகத்தில் வந்து
பாத்திரங்கள் குரல்வளை கடிக்கும்

தலையில் சிக்கெடுத்தபடி
நிலைவாசலில் அமர்ந்திருந்த பாட்டி
பழிவாங்க வரும் நீலி

கொடியில் அசைந்த அப்பன் வேட்டி
ஊஞ்சலில் ஆடும் இசக்கி

படுக்கையைச் சுற்றி அடவு கட்டும்
பேயும் பிசாசும்

போர்வையில் சுருண்டு
தெய்வத்தைத் துணைக்கு அழைக்கையில்
நாக்கை வெளியே தள்ளி
ரத்தச் சிவப்பு விழிகளோடு
மலங்காட்டுக் காளியே வருவாள்

இரவை நடுங்கி விடிகையில்
அம்மா திட்டிக் கொண்டே என் படுக்கையை
அலசிக் கொண்டிருப்பாள்

இன்று பேய்களுக்கு அடுக்குமாடியில்
குடியிருக்கும் என் வீட்டுக்கு
லிப்ட் ஏறத் தெரிவதில்லை

பேய்க்கதை சொல்லும் பாட்டிகளும்
சினிமா உதவி இயக்குநர்களாகி விட

மகனின் அடம் கருதி
'அரண்மனை' 'காஞ்சனா' பார்த்து
திரும்பும் இரவுகளில்
'செம காமெடில்ல' என்கிறான் மகன்

எனக்கோ
'ஆன்ட்ரியா' 'டாப்சி'
ஒரு டஜன் அழகிகளோடு
தலை விரித்தாட கனவெங்கும்
வெண்தூறல்கள் படிகின்றன

'சார்... ஒரே ஒரு பேனா வாங்கிக்குங்க சார்'
மனதை அறுக்கிறது
விழியற்ற குரல்

வீசுகாற்று சுடுதேநீர்
காதில் செருகிய இசை
கையில் வாசிக்கக் கவிதைகள்
பகற்பொழுது ரயில் பயண ரம்யத்தை
ஒரு கலை கலைக்கிறார்

பத்து ரூபாய் நீட்டிப் பேனா வாங்கி
எழுதிப் பார்க்கிறேன்
தண்ணீர் நிறத்தில் எழுத்து
தாளெங்கும் ஈரம் பாவுகிறது

அவன் கண்ணீரை
என் கைகளில்
விற்று நகர்ந்து விட்டான்
இப்போது இந்தக் கண்ணீரை
யாரிடம் போய் விற்பேன்.

வானம் பெரிது
அது
ஒரு சொட்டு
ஏந்த இயலாது

சொட்டென்பது
ஆகச்சிறிது
அதில்
வானம் பார்க்கலாம்

'குயில்பாட்டு ஓ..'

மாகருப்பு நிறம்
செக்கச் சிவப்பேறிய கண்கள்

சீப்பெடுத்து நீவிக்கொள்ளும் மீசை
நம்ம ஊரு கருப்பசாமிக்கு
பேண்ட் சர்ட் போட்ட மாறியான ஆள்

அநியாயத்துக்குச் சுவர்ணலதா பக்தர்
காற்றில் கரையும் சுவர்ண கானத்தை
ஒரு சொட்டும் சிந்தாமல் சுவைப்பார்
சிரிப்பார் அழுவார்
அவரை அம்மா என்றே சொல்வார்

தன் அம்மா இறந்த பிந்தைய இரவுகளைத்
தலைகோதிப் பாட்டுரைத்துத் தேற்றி
உறங்க வைத்தவர் என்பார்

பிழைக்க வந்த பெருநகரத்து
தேநீர் கடையில் நிற்கிறேன்

பண்பலையில் சுவர்ணலதா
'குயில்பாட்டு ஓ..' எனக் கூவுகிறார்

சட்டெனக் காதுகளில் விசும்பல் சத்தம்
கேட்கத் தொடங்குகிறது
சுற்றும் முற்றும் பார்க்கிறேன்

தூரத்தில் மங்கலான கானல் காட்சி
நம்ம கருப்பசாமி ஒரு திண்டில் அமர்ந்து
முசுமுசுவென அழுதுகொண்டிருக்கிறார்

6வது வட்டத்து இளைஞரணி துணைச் செயலாளரின் வாழ்க்கைக் குறிப்புகள்

தன் சிறுவப் பிராய
முட்டையுடைத்துப்
பெரியவனாகத் தன்னை
உலகுக்கு அறிவித்துக் கொள்கிறான்

சிரிப்பை ஒரு பெட்டிக்குள் வைத்து
பூட்டிவிட்டு வெளிக் கிளம்புகிறான்

மடிப்புக் கலையாத ஆடைகளைத்
தேர்ந்தெடுத்து அணிவதை
வழக்கமெனக் கொள்கிறான்

பேச்சைக் குறைத்து
சைகையை அதிகரிக்கிறான்

தெருவில் விளையாடும்
குழந்தைகளின்
கன்னத்தை நிமிண்டி
தோள் தட்டிச் செல்வதை
கம்பீரமெனக் கருதுகிறான்

நுனிவிரல்களில் வைத்து
பணத்தை நீட்ட பழகிவிட்டான்

அப்பன் சாவுக்குக் கூட
அதிராமல் குலுங்காமல்
அழும் இவன்
இவ்வளவு சீக்கிரம்
இப்படிப் பெரிய மனுஷனாகவில்லை என்று
யார் அடித்துக் கொண்டார்கள்?

சிறுவயதில் கோபமாக
வான் நோக்கி வீசிய கல்
திரும்பி வரவேயில்லை
வெகுநேரம் காத்திருந்து
வீடு திரும்பிவிட்டேன்

அதிலிருந்து அந்தப்பக்கம்
போகும்போதெல்லாம் அச்சம்
தலைக்கேறும்

அந்தக் கல் ஒளியாண்டு வேகத்தில்
பயணித்து
கோள்கள் கடந்து
நட்சத்திரங்கள் உரசி
சென்று கொண்டே இருப்பதாக
அடிக்கடி கனவு வரும்

கல்
வீசியவனை மறந்து போய் இருக்கலாம்

நினைவு திரும்பும் வாய்ப்பு
ஏதேனுமுண்டா என அச்சத்தில்
ஜோதிடனை அணுகினேன்

எடுத்தவுடன் இப்படித் தொடங்கினான்
'ஜாதகத்தின் மூன்றாவது கட்டத்தில்
ஒரு கல் இருக்கிறது.'

அவன் சொன்னதும்
உச்சந்தலையில் சுளீரென்றது

எப்போது வேண்டுமானாலும்
நிகழலாம் அந்தப் பிரிவு
என்பதை அறிந்திருந்தும்-

வாய் ஓயாமல் சடசடத்து
சிரித்துப் பேசியபடியே இருக்கின்றன
இலைகள் மரத்தோடு

அம்மாக் குருவி
அப்பாக் குருவி
பாட்டிக் குருவியைக்
கொன்று புதைத்த
சவப்பெட்டியைக்
காதில் தூக்கி வைத்து
சாலையில் நடந்து செல்லும்
ஒருவனைத் துரத்திச் செல்கிறது
ஒரு சின்னஞ்சிறு குருவி

ஒரு பாட்ஷா மாணிக்கம் ஆனார்

ஒரு நூறு வலைப்பின்னல்களை
வாயில் வைத்து நகரும்
எட்டுக்காலி
அண்ணன் மிஸ்டர் எக்ஸ்
அவர் வலையில் வீழும்
சிறு பூச்சிகள்தான் நாம்
போன் ரிங் டோனிலிருந்து
இரவு கடை சாத்தியபிறகு
கொல்லைப்புறமாய் வாங்கும்
குவார்ட்டர் வரை
அண்ணனின் நிமிடங்கள்
அரசியலாலானது
அவருடைய நகக்கண்களில்
எப்போதும் சிறுமண்துகள்கள்
சிக்கியேயிருக்கும்
அடுத்தவருக்கு குழிபறித்து
சே முதல் ஜெ வரை
சரித்திரத்தை
உரலில் போட்டு
இடித்துக் குடித்ததோடு
தேவையான இடங்களில்
வாந்தியெடுத்து -நம்
வாய் பிளக்க வைப்பவர்
அப்பேர்ப்பட்ட அண்ணன்
கையிலிருந்த
ஐநூறு ஆயிரத்தை மாற்ற
கெடு விதிக்கப்பட்ட
கடைசி நாளில்-
பேங்க் வாசலில்
வியர்வை வழிய
ஒன்னுக்குப் போகவும்
கதியற்று
தவித்து நிற்பதைப் பார்த்து
ஊரெங்கும்
அதே பேச்சு.

அந்த ரயில் நிலையத்தில்

அவன் ரயிலுக்காகவும்
நான் உனக்காகவும்
காத்திருந்த சிறு பொழுதில்-
அவன் தம்பியைப்
போலவே என் சாயல்
இருப்பதாகச் சொன்னான்

அதே உயரம் அதே சிரிப்பு
அதே நாசி அதே நிறம்
இன்னும் சில 'அதே'க்களை
சொல்லிக் கொண்டிருந்தான்
தூரத்தில் நீ சிரிப்புடன்
வருவதைப் பார்த்தபடியே

கடைசியாக
அவர்கள் ஊரில்
இதே போல் ஒரு ரயில் நிலையமும்
அவன் தம்பிக்கு
இதே போல் ஒரு சிநேகிதியும் இருந்ததாக
சொல்லி எழுந்து போனான்

முந்தைய இரவின் முத்தம்

அப்பா அம்மாவை முத்தமிட்டார்
அக்கா வந்தாள்

அடுத்தொரு முத்தம்
நான் வந்தேன்

இரு முத்தங்களுக்குப் பிறகு
நேரிடை சாட்சி ஏதுமில்லை

காலம் செரித்துத் தள்ளியதில்
அம்மா ஒருநாள் உயிர்மூச்சிழுத்து
படுக்கையில் கிடந்தாள்

ஏதோவொன்றை
ஆழமாய் அழுத்தமாய்
அப்பாவிடம் எதிர்பார்த்திருந்தாள்

ஒரு விடிகாலையில்-
தோட்டத்தில் பவளமல்லி மொட்டு
தன் இதழ்களை மெல்ல
விடுவித்துக் கொண்டிருந்த கணத்தில்
அம்மாவும் விடைபெற்றாள்

அதற்கு முந்தைய இரவில்
அப்பா மூன்றாவது முத்தமிட்டாரா.!?

படித்தவுடன் கிழித்து விடவும்

அவனுக்கு அப்படியொரு பழக்கம்
மார்க்ஸ் தாகூர் பாரதி
நேற்று வெய்யில்-
இன்று இசையையும்
நெருப்பில் இட்டு நவஜோதி
வளர்க்கிறான்

ஒவ்வொருவருக்கும்
ஒரு நடனமாடுகிறது நெருப்பு

யாழ் நூலகத்தை எரித்தவனுக்கும்
இவனுக்கும் வித்தியாசமில்லா
மனநிலைதான்

அப்படியும் ஒருமுறை
மார்க்ஸை நெருப்பில்
தள்ளியபோது அவர்
ஜென்னியை வெளியே
தூக்கியெறிந்து காதல் காத்தார்

தாகூரின் கவிதைகளில்
துள்ளி விளையாடும்
குழந்தைகளின் பாதங்களைத்
தீயினாற் சுட்டு
ஆனந்தக் கூத்தாடுகிறான்

பாரதியின் சிட்டுக்குருவியைச் சுட்டுத்
தின்றுதான் இவன்
வயிறு வளர்க்கிறான்

வெய்யில் காயும் இசையின் கோப்பைகளில்
நெருப்பை ஊற்றி
அருந்தத் தருகிறான்
தீமூட்டும் கவிதைகளை
தின்று செரித்த
இவன் விட்ட ஒரு கொட்டாவியில்தான்
இந்த வனாந்திரம்
தீப்பற்றி எரிகிறது
இதோ இந்தக் கவிதையும்
கண்ணில் பட்டு
உங்கள் தோள்களை
நெருங்கிவிட்டான்

நீங்கள் திரும்பிவிட்டால்
நான் பொறுப்பல்ல

கானற் பெரும் பழங்கள்

இலேசாய் முளைவிட்டுப் பிறகு
நிறுத்திக் கொண்டது

கொஞ்சம் யாரேனும்
குறுகுறுவெனப் பார்த்தாலும்
அதைத்தான் பார்ப்பதாக எண்ணி
மறைத்துக் கொள்வாள்

கை பட படத் தான் பழம்
பெருக்கும் என்ற தோழியை முறைத்தாள்

ஆனால்
சுய கை வைத்தியங்களை
செய்தும் பார்த்தாள் ரகசியமாக

இன்ன பிற சாகசங்கள்
கையாண்டு கானற் பழமாய்
அவைகளை உலகுக்குக் காட்டியிருந்தாள்

ஒருநாள் பழம்
தன் தோல்
உரித்துக் கொண்டது அவனிடம்

அள்ள நினைத்திருந்த
அவன் கைகளுக்கு அவளால்
கிள்ள மட்டுமே தர இருந்தது

கண்ணாடியில் பார்த்து
கைகளால் திருகி
வடிவங்களோடு
மனப் போராட்டங்கள்
செய்தபடி இருந்தாள்

கடைசி வரை அவளுக்கு
பெரும்பாரங்களைத் தந்தபடி இருந்தன
அவள் நெஞ்சகத்து
இரு குட்டி முலைகள்

முன் ஜென்மத்துப் பசி

பசி தின்னும் நடுப்பகல்
தாண்டிய பொழுது

முதல் கவளத்தில் கை வைக்கையில்
எச்சில் ஒழுக வந்து நிற்கும் நாயை
'..ச்சூ'வென விரல்கள் ஆட்டி விரட்ட
இரண்டடி பின்தங்கி
மீண்டும் பார்க்கிறது

கால ஓட்டத்தின் நாளொன்றில்
நான் நாயாவேனோ
அது நானாகுமோ
பயம் கவ்வ
முதல் கவளத்தை வீசுகிறேன்

பின் பக்கம் மெல்ல
தலை நுழைத்து முன் வருகிறது
அடுத்து ஒரு பூனை

இரை

ஊற்றுநீர் நிறைந்த
அடர் சதுப்பு நிலக் காட்டில்
கைவிடப்பட்ட பாம்பு முட்டைகளாய்
இப்போது இருக்கிறேன்

அன்பால் எனை இறுக்கி
உன்னுள் விழுங்கினாய்

மெல்ல நீவிக் கொடுத்து
விழுங்கும் இரை பகிர்ந்து
நம் காதல் வளர்த்தாய்

குளிர்மிகு இரவினில்
தசை சுருக்கி அடைகாத்தாய்

இரையின் மந்தத்தில்
நாட்களை ஏகாந்தத்தில்
நகர்த்தி சலிப்புற்ற ஒருநாள்
வந்த வழியில் துப்பினாய்

கைவிடப்பட்டுக் கிடக்கும் நான்
விழுங்க வரும்
பிரிதொரு பாம்பின் வருகைக்காக
வாசல் சன்னல் திறந்து
வைத்து இருக்கிறேன்

இன்றிரவு 12.01 லிருந்து உங்கள் தலை செல்லத்தக்கதல்ல..

விடிந்ததும்
அவன் தலையைக்
காணவில்லை

கழுத்துக்கு மேல்
கைகள் கொண்டு துழாவுகிறான்
யானை பார்த்த விழியற்றவனாய்

ஒரு கரம் இழுத்துச் சென்று
ஒரு பொத்தானை
அழுத்தச் சொல்கிறது

'மூன்று நாட்களுக்குள்
தலை கிட்டுமா.!?'
எனக் கேட்கையில்-
'உயிர்த்தெழ தேவனா நீ!?
விரலில் வைக்கப்பட்டுள்ள
மையின் கடைசிப் புள்ளி
காயும் கணத்தில்
தலை மீள்வாய்' என்றது அசரீரி

காதற்றுப் போயும்
குரல் மட்டும் கேட்கும்
ஆச்சர்யம் தரும் குழப்பம் தனி

மை காய
தலை மீள்கிறான்

கரம் பற்றி இழுத்துச்சென்ற அவன்
இப்போது எதிரில்
கடந்து செல்கிறான்

ஒரு நூறு தலை
இரு நூறு கைகள்
சட்டையில்
பல நூறு பைகள் என்று
அதிகாரத்தின் மிடுக்குடன்

நள்ளிரவொன்றில்
அதே அதிகாரம்
ஒரு ஆணை பிறப்பிக்கிறது

மீள முளைத்த தலைகள்
செல்லாதவைகள் என்று

மீண்டும் பதறியவன்
செல்லாத தலையைத் தூக்கிக் கொண்டு
கசாப்புக் கடைக்கு ஓடுகிறான்

அவனவன்
செல்லாத தலைகளை
சுமந்து கொண்டு
மைல் நீள வரிசை

ஒருவன் முன்னேற்பாடாகத்
தன் தலையைத் தானே திருகி
கைகளில் வைத்து நிற்கிறான்

அதிகாரம் அவ்வளவு
வலியது

பல மணிகள் கடந்து
அவனுக்கான வாய்ப்பு
வருகிறது

மிகப் பணிவுடன்
தலை தாழ்கிறான்
கசாப்புக் கத்தி உயர்கிறது

இன்னும் சில நொடிகளில்
உங்கள் முகத்தில்
தெறிக்க இருக்கும்
ரத்தத்தைத் துடைக்க
ஒரு கைக்குட்டை இருக்கிறதுதானே!?

இந்த இரவு பகலைப் போல்
முகம் பார்த்து நகர்வதில்லை

நாய்களின் ஊளையும்
குழந்தையின் அழுகையும்
ஒன்றேயென அமைதி காக்கிறது

துரத்தும் வலிய பூனைகளையும்
எளிய எலிகளையும்
ஓர்மடியில் கிடத்துகிறது

முள்ளும் பூவும் ஒரே பாதத்தில்
வைத்துப் பார்க்கும்
ஜென் மனசு

மேலத்தெரு சித்ராவுக்கு
அவள் புருசனும்
கீழத் தெரு முருகனும்
ஒன்றென ஆனாற் போலவே

கொத்தும் கனிகள்

விலக்கப்பட்ட கனிகளை
விரும்பி உண்கின்றனர்
ஏவாள்கள்

ஒரு வளர்ந்து வரும் பாம்பு
கனியின் ரூபத்தில்
ஏவாளின் செழித்த பாகங்களை
சன்னலில் மொட்டைமாடியில்
சாவித் துவாரத்தில் விழுங்க
எத்தனிக்கிறதென்று
தாய் கவனமூட்டுகிறாள்

அதன்பிறகுதான் எதிர்வீட்டுப்
பாம்பை விரும்பித் தேடுகிறாள் ஏவாள்

கனியும் சும்மா இருப்பதில்லை
அவளை ஈர்த்துக் கொண்டேயிருக்கிறது

தன் தோட்டத்துக் கனியல்ல
என்றறிந்திருந்தும்
கனியிடம் தன்னைத்
தின்னத் தருகிறாள் ஏவாள்

மறுநாள்
தூதன் ஒருவனால்
பகிரப்பட்ட
கனி ஏவாளைப் புசிக்கும்
காட்சியை யூ-ட்யூப்பில் பார்த்து
சூடேறிக் கொண்டிருக்கிறார்
தேவாதி தேவன்

கரிப்பின் சித்திரம்

கடலைக் கிள்ளி
தன் காற்சட்டைப் பைக்குள் வைத்து
வீடு திரும்பினான் சித்தார்த்

நடுச்சாமத்தில் அலறினான்
தொடையில் மீன்கள் கடிப்பதாக
கனவில் கடலில் ஆழநீந்தி
முத்தெடுத்தான்

இரவெல்லாம் திமிங்கலத்தின் வாயில்
தலை நுழைத்து இழுத்து
விளையாடிக் களைத்தான்

விடிந்ததும் கைவிட்டு
பையை இழுத்து விரித்தான்
இரு பெரு நான்கு சிறு அலைகள்
வந்து விழுந்தன

விரல்களை வாயில்
சுவைத்தவன் முகமெங்கும்
சித்திரக்கோடுகளைத் தந்தன
கரிப்பு

நூறு சொச்சம் ஆடுகளைத் தின்ற குழந்தைச்சாமி

கொடைத்திருவிழா காதுகுத்து
கல்யாணம் கருமாதியில்
கறிச்சோறு தின்றே கொழுத்த
குழந்தைச்சாமி
இரத்தத்தில் சக்கரை ஏறி
சைவத்துக்கு மாறினான்

அத்தோடு நின்றிருந்தால்
இது செய்தி

அவன் காருண்ய சங்கமொன்றில்
செயலாளராகி
பிரச்சாரத்துக்கு வந்தவன்
சிறு பெரு உயிர்ச்சமநிலை
குறித்துப் பேசுவதை
வெட்டப்பட்ட ஆட்டின் தலையின்
நிலை குத்திய விழிகளோடு
கேட்டுக்கொண்டிருந்தது ஊர்

உயிர் கொல்வது குறித்து
அவன் உச் கொட்டியபோது
குருதி உறைந்து போயினர்

கூட்டம் முடிந்து கை தட்டி
கலைந்த பிறகு
மீண்டுமொருமுறை கூடிக்
கொல்லெனச் சிரித்துக் கொண்டனர்

கொலையாக் கொல்லும் தேவதைகள்

அம்மன் கோவில் நிறுத்தத்தில்
காந்தள் மலர்களை ஒத்த
விரல்களை ஆட்டி
மாந்தளிர் நிறத்தழகியவள்
ஏறிய பிறகு
6E ஆடி வரும் தேர்

பேருந்தினுள் வானிலை
மாறத் தொடங்குகிறது

குறுநகையை
ஒளிரும் செல்திரைகளில்
படரவிடும் தேவதையவள்
ஆண்களின் அடிமனதில்
எல்.இ.டி. பல்புகளை
ஏற்றி வைக்கிறாள்

ஒற்றை எழுத்துகளில்
பிரியமானவனை அலைபேசியில்
ஒளித்து வைக்கும்
சூட்சுமக்காரி
ஒரேயொரு அழைப்பொன்றை
முடுக்கி நிறுத்த
உடனே அழைக்கிறான் அந்த எக்ஸ்

தனக்கான நிறுத்தத்தில்
அவள் இறங்கியதும்
தேர் தன் நிலைக்குத்
திரும்பிப் பேருந்தாகிறது.

7G, 1B என எல்லாவற்றிலும்
ஏறி இறங்கியபடியே
இருக்கின்றனர் தேவதைகள்

ஒவ்வொன்றிலும்
ஒரு கொத்து ஆண்களைக்
கொலையாய்க் கொன்றபடி

சிச்சுவேஷன் அப்படி சார்

தர்மனும் அதர்மனும்
ஒளிந்து விளையாடுவது
நமக்குள்தான்

சமயங்களில் இருவரும்
ஒருவரையொருவர்
மல்லுக்கட்டிக் கொள்வர்

நமக்கே நமக்கெனில்
தர்மன் தலை காட்டுவான்
பிறருக்கெனில்
அதர்மன் விஸ்வரூபம் எடுக்கிறான்

அதுவரை மறைத்து வைத்திருந்த
பிரம்மாயுதத்தைக் கைக்கொள்கிறான்
சூழ்நிலை அப்படி என்று
ஒரே போடாகப் போடும்
அந்தப் பொழுதில்
தருமனும் அதர்மனும்
கடைசி ரவுண்டில்
ஒருவருக்கொருவர்
சியர்ஸ் சொல்லிக்கொண்டு
முழுப் போதையேறி
மல்லாந்து கிடப்பர்

யாவரும் கேளிர்

தாகமென்று வருபவருக்கு
எந்தப் பாத்திரத்தில்
நீர் நீட்டுவது என
காதுமடல் நுனி
தோல் நிறம் கூர்ந்து
குறிப்புகளைத் தேடுகிறாள்
தமிழ் மூதுக்கிழவி

சான்றிதழில்
தனிக்கட்டத்தில்
இடம் ஒதுக்குகிறது
அரசாங்கம்

கலர் கலராகக் கைகளில்
கயிறு கட்டிக் கொண்டு
பாரதி பாரதிதாசன்
பாடல்களைப் படிக்கும் பிள்ளைகள்

சவத்தின் தோல் நக்கி
சாதி ருசி உறுதி செய்து
அழுவதற்குச் சமிக்ஞை தரும்
சங்கத்துத் தலைவன்

தேநீர்க் கடையில்
குஞ்சுத்தாடி இளைஞன்
பெர்முடாஸ்க் கிழவனிடம்
சொல்கிறான்

'இப்பெல்லாம் யாருங்க
சாதி பார்க்கிறா.!?'

பாம்போடு போனவள்

பாம்புக் கவிதையொன்றை
எழுதி முடித்த இரவு
கனவெல்லாம் பாம்புகள்

மஞ்சளும் கருப்பும் கலந்த
பச்சைப் பசேலென
உலோகத் தங்க மினுமினுப்பில்
விதவிதமாய்ப் பாம்புகள்

சமவெளி குன்றுகள்
ஏழுகடல் கடந்தோடும் அவளை
சீறித் துரத்துகின்றன

கூட்டத்தில் கொம்பு முளைத்த
பாம்பொன்று கூட இருந்தது

குட்டிப் பாம்பொன்று
பக்கத்து வீட்டுச் சிறுமி
சாயலில் சிரித்தது

முத்து நிறத்திலான பாம்பொன்றைக்
காதில் அணிந்து கொள்கிறாள்

கருப்புப் பாம்பொன்று அவள்
எதிரியை நினைவூட்டுகிறது

மலைப் பாம்பொன்று
அவளை இழுத்து தன் அருகில்
அணைத்து தட்டித் தட்டி
தூங்க வைக்கிறது

விடிந்ததும் விடுதிப் படுக்கையில்
அவள் இல்லை

மென்சாம்பல் நிற நீளமான
பாம்புத் தோல் கிடந்தது

பாம்பு வயிற்றில்
அவள் விழுங்கிப்போனதாக
ஊரின் காதில் அவளானாள்

சிலர் அவள் பாம்பை
இழுத்துக்கொண்டு ஓடிப்போனவள்
என்றும் பேசிக்கொண்டனர்

அடிமனதின் ஆழத்தில்
ஒரு கனவு
மிதந்து கொண்டிருக்கிறது

காற்று வீசும்போது மரத்தினடியில்
புரண்டு படுக்கும் சருகு போல
அது திரும்பிப் படுக்கிறது

நினைவும் மறத்தலும் ஒரு புள்ளியில் அழுத்தும் போது
இன்னும் கொஞ்சம் ஆழம் போகிறது

ஆடிக்காற்றில் முழங்கால்வரை பறக்கும்
வாலைக் குமரியொருத்தியின் சிற்றாடை போல
மெல்லெழும்பிப் பார்க்கிறது

கத்தியிறங்கியதும் குரல்வளை கொட்டும்
குருதிபோலப் பீறிட்டெழுகிறது

இந்தக் கனவு மூழ்குவதுமில்லை
கை வரப்போவதுமில்லை

சில கனவுகளை மிதக்கவிட
சில கனவுகளை மூழ்கடிக்க
சில கனவுகளைப் பலியிட
சில கனவுகளைக் கொண்டாட
சில கனவுகளைத் தள்ளிப்போட

கைவசம் தேவையாய் இருக்கின்றன
சில கனவுகள்

பூவோ இது வாசம்...

பேருந்தெங்கும் செவ்வந்தி வாசம்
மிதந்து கிறங்கடிக்கிறது

கண்கள் மூடிக் கைகள் விரித்து
இதழ் ஜெபித்துப் பயணி ஒருவர்
கானத்தின் பின்னோடிக் கொண்டிருக்கிறார்

ஓட்டுநரின் விரல்கள் ஸ்டியரிங்கில்
தாளமிட்டபடி கால்வட்டமிடுகின்றன

இசைக்கேற்ப இடவலமாய் அசைந்து
மகிழ்கிறது பேருந்து

என்றோ ஒருநாள்
பதின்நரம்பு யாழிசைத்து
இசைராஜா மீட்டிய பாடலொன்று
தேவகுமாரன் வானத்தை அண்ணாந்து
பிட்டுத் தந்த ஐந்து அப்பங்களாய்
பல்கிப்பெருகி குறையாச் சுவையோடு
செவிகளின் பசியைக் காலம் கடந்தும்
ஆற்றிக்கொண்டே இருக்கிறது

நீல நிறத்திலொரு துரோகம்

ஐந்தரை அடி
வெயிற்பட்ட மேனி நிறப்
பாம்பொன்று சட்டையை உரித்து
ஹேங்கரில் தொங்கவிட்டுப்
படுக்கையில் வந்தமர்கிறது

காத்திருந்த ஆப்பிளை
மெல்லப் பிளந்து நுழைகிறது

ஆப்பிள் பாம்பை
ஆரப் பின்னிக்கொள்கிறது

இளஞ்சிவப்பிலிருந்து
நீலம் பாரிக்கிறது ஆப்பிள்

சம்பவத்திற்குப் பின்னொரு நாளில்
முளைக்கத் தொடங்கிய
ஆப்பிள் மரம்
தருவித்த கனியொன்றில்
நெளிந்து கொண்டிருந்தது
தகப்பன் சாயலையொத்த
குட்டிப் பாம்பும் குறு துரோகமும்

வட்டத்திற்குக் கட்டம் சரியில்ல

எட்டு ஆண்டுகளுக்கு முன்
வட்டச் செயலாளராக ஒருமுறை
அதிலிருந்து இயற்பெயர் மறைந்து
வட்டம் என்றானார்

காலருக்குள் செருகிய கர்ச்சீப்
லேசாகத் தொண்டை செருமி
பேசத் தொடங்கும் தொனி

கச்சா எண்ணெய் விலை
ஐரோப்பிய கூட்டமைப்புச் சிக்கல்
தங்கம் விலை நிலவரங்கள்
அவர் விரல் நுனியில்

ஒரு பஞ்சாயத்து இடையே
சம்சாரத்தை அழைக்கையில்
சந்தாதாரர் வேறு ஒருவரோடு பேசிக்கொண்டிருப்பதாக
அலைபேசி சொன்னது

அந்த வேறு ஒருவர்
அவர் வட்டத்திற்குள்ளான
மூணாவது சந்து ஆறுமுகம் என்பதும்
அவனோடு இன்றிரவு
கடைசிப் பேருந்தில்
பஞ்சவர்ணம் பறக்கப் போகிறாள் என்பது தவிர
நம் வட்டத்திற்கு எல்லாமே அத்துபடி

பெயர்களை நினைவில் வைப்பதென்பது தனிக்கலை

மீன்குழம்பு வாசத்தைப் போல
காற்றோடு கரைந்துவிடுகின்றன பெயர்கள்

தன்பெயர் மறந்து
வீதியில் நின்ற பெரியவர்
காலத்தால் கைகொட்டிச் சிரிக்கப்பட்ட
அவமானத்தில் கலங்குகிறார்

பாவாடையில் வைத்து காக்கா கடியில்
இனிப்பை நீட்டியவள் முகம்
சித்திரம் போல் ஞாபக அடுக்கில் இருக்கிறது

அடிக்கடி எடுத்துத் தூசி தட்டி வைக்கிறேன்
அவள் பெயர் நினைவில் வந்தபாடில்லை

விளித்தபோது தன்பெயரை
"கும்பிடுறேன் சாமி" என்றவன்
சாதிக் கொழுப்பேறி இருக்கும்
காலத்தின் கன்னத்தில்
பெயரால் அறைகிறான்

கடைசியாய் நீங்கள் வாசித்த கவிதையை
எழுதியவன் பெயர் என்ன.!?

வெயிலொன்று மழையான கதை

நிழலின் முந்தியைப் பிடித்துக்கொண்டு
பின்தொடரும் வெயில்
அவள் மேனியில் படர்ந்து
கொஞ்சம் கொஞ்சமாகப்
போதையேறிக் கிறுக்குக் கொள்கிறது

மூக்குத்தியில் சிணுங்கி
கழுத்தில் சறுக்கி
பச்சை நரம்புகளில் முறுக்கேறி
மிதந்து செல்கிறது

களைத்து ஒதுங்கி
குணங்குடிதாசன் பால்சர்பத் ஒன்றை
ஆர்டர் செய்து பருகத் தொடங்குகிறாள்

வெயில் அவள் காலடியில்
வால் குழைத்து அண்ணாந்து
பார்த்துக் கிடக்கிறது

அவள் அதரத்திலிருந்து
நன்னாரி வாசத்தோடு
நழுவுகிறது ஒரு சொட்டு எச்சில் சர்பத்

அதைச் சரியாய் ஏந்தி
பெருந்தாகம் தணித்துக் கொண்டது வெயில்

சட்டென
நீலவான் ஓரத்தில் மேகமொன்று
கருக்கத் தொடங்குகிறது

கண்டக்டரும்
அழகிய வண்ணத்துப்பூச்சியும்

பெருங்கானகத்தில் வழிதவறிய
வண்ணத்துப்பூச்சியாய் நான்

என்னிலிருந்து மூன்று பூக்கள்
தள்ளி அமர்ந்து தேன் உண்ணும்
வண்ணத்துப்பூச்சியாய் நீ

கடந்துபோன ஏதோவொரு பிறவியில்
நீயும் நானும் இவ்வாறு இருந்ததை
ஞாபகமூட்டுகிறது
இந்த நகரப்பேருந்தில்
மூன்று இருக்கைகள் முன்பாக
காதில் ஒலிக்கும் பண்பலைப் பாடலொன்றுக்குத்
தலையசைத்தபடி
நீ அமர்ந்திருக்கும் காட்சி

கரடியென நுழையும் கண்டக்டர்
கறாராகச் சில்லறை கேட்க
பணப்பை சட்டைப்பைத் துழாவி
கணக்கு முடித்து நிமிர்கையில்
இருக்கையிலிருந்து
பறந்து வெளியேறியிருந்தாய் நீ

சியர்ஸ்...

செம்மண் நிறத்தில்
குவளை பாதி நிரம்புகிறது

வானம் வந்து
மீதியை நிரப்புகிறது

வானும் மண்ணும்
இணையும் புள்ளியில்
குவளையில் உதட்டை வைத்து
உறிஞ்சத் தொடங்குகிறேன்

இப்போது என் தலைக்குமேலாக
மிக மிக அருகில்
மேகங்கள் மிதக்கின்றன

முதுகுக்கு சோப் போடுதல் என்பது

அவ்வளவு எளிதல்ல
பலமுறை முயன்று தோற்கவே செய்கிறேன்

பேச்சாளர் ஒருவர்
மந்திரியின் முதுகுக்கு
மேடையில்
வரிக்கு வரி சோப் போட்டார்

நீர்நிலையின் தூரத்திலிருந்து
பக்கமாக வர வர
முதல் காட்சி-

கைநிறைய வைக்கோல் வைத்து ஒருவர்
வறட்சியான எருமை முதுகில்
பரட் பரட்டென இழுப்பதென்பது
எருமைக்கு சுகம்தான் போல

அதே துறையின்
நேர் எதிரில்
வாளிப்பானவள்
நடுத்தர வயது முதுகொன்றுக்கு
சோப் போட்டு நுரையோவியம் தீட்டுகிறாள்

அவன் கூச்சத்தில்
பின்புறத்தை இடது வலதென
அசைத்து சிரித்துக் கொண்டிருக்கிறான்

அவள் மட்டும் 'ம்' என்றொரு
சொல் உதிர்த்தால்
இரு கை கூப்பி முழந்தாளிட்டு
என் முதுகு இங்கிருந்தே
குனியத் தொடங்கிவிடும்.

மனுநாள்

அப்படியொரு அமைதி
தனக்கே உரிய தனிவாசத்தில்
மிதந்திருக்கிறது ஆலயம்

திங்கட்கிழமை
மனுக்களால் நிரம்பி வழியும்
மாவட்ட ஆட்சியரகப்
புகார்ப் பெட்டிகளென
அம்பாளின் காதுகள்
குறைதீர் விண்ணப்பங்களால்
நிறைந்து வழிந்து கொண்டிருக்கிறது

வரிசையின் கடைசியிலிருந்து
உலகையே உய்விக்கும்
வேண்டுதல்களடங்கிய
கானமொன்றைக் காற்றைக்கிழித்து
பறக்கவிடுகிறாள் ஏழுவயதுச் சிறுமி

அவள்பொருட்டு
எல்லோருக்கும்
பெய்யத் தொடங்குகிறது
அம்பாளின் அருள்மழை

குர்குரே

மருதநிலத்துக் கிழவர்கள்
பேசிச் சிரித்திருந்த திண்ணைகள்
இடிக்கப்பட்டு அங்கு
'நாய்கள் ஜாக்கிரதை' பலகைகள்

வளையல்கள் மோதி
கிணீர் ஒலியோடு மோவாய் அருகே
நீட்டப்பட்ட
வெண்கலச் சொம்புகளுக்குப்பதிலாக
டி.வி. ரிமோட்கள் விருந்தினர்களுக்கு

கவண்கல் எறிந்து கில்லி தாண்டி
வீதிகளில் மகிழ்ந்திருந்த
குழந்தைகள்
டோரா சொல்ல அதை
மூன்றுக்கு ஆறு இன்ச் திரையில்
தேடும் 'லேஸ் குர்குரே' தத்துப் பிள்ளைகள்

தினவேறிய தோள்களோடு
காளைகளை அடக்கிய
சேர சோழ பாண்டிய வாரிசுகள்
குவார்ட்டர் பாட்டில் மூடியைத்
திறக்க விரல்கள்
நடு நடுங்கிக் கொண்டிருக்கின்றனர்

இருக்க இடம் கேட்ட
கம்பெனிக்காரன்
நம் வீட்டு அறைகளில்
கால்களை ஆட்டிப் படுத்திருக்கிறான்

மனம் பிறழ்தல் நல்லது

யாருடைய கண்களும்
இவனுக்கு அச்சமூட்டுவதில்லை

கால்கள் களைப்புற்றால்
இருக்கைகள் தேடாமல்
அப்படியே அமர்தல் சுகம்

குளிரைப் போர்த்திக் கொள்ள
வெயிலில் காய்ந்து சருக
மழையில் நனைந்து சிலிர்க்க
இந்த ஊரின் இன்னுமொரு
சிட்டுக்குருவி இவன்

விரலிடுக்குகளில்
வைத்து விளையாட
விழும் சத்தம் கேட்டு
சிரிக்க மட்டுமே
போதுமானதாகிறது
இவனுக்கு நாணயங்கள்

கண்ணில் தென்படுபவர்
எல்லோரையும் ஒரே தட்டில் வைத்து
பார்க்கும் யோக மனநிலை

நகரம் இழுத்துப் போர்த்திக்கொண்டிருந்த
குளிர் இரவொன்றில்
கடவுள் மெல்ல
இவனருகில் வந்து
வாழ்க்கையின் சூட்சுமத்தைக்
கேட்டறிந்ததாக
கிழக்கிலிருந்து மேற்காக
மெல்லக் கசிந்து காற்றில்
நகர்ந்து கொண்டிருக்கிறது
ஒரு பேச்சு

எங்கோ பெய்த மழையை
என் சன்னலில் விசிறிச் செல்கிறது
ஒரு சின்னக் குருவி.

இவர்களுக்கு மர்மநபர்கள் என்று பெயர்

நாளொருமுறை ஏதேனுமொரு
ஊரில் தெருவில்
தனித்துச் செல்லும் பெண்களின்
தாலி அறுத்து தப்பியோடுகின்றனர்

வாரமொருமுறை நகைக்கடையில்
நள்ளிரவில் துளையிட்டு நுழைந்து
கொள்ளையடிக்கின்றனர்

மாதமொருமுறை ஏதோவொரு
வட்டம் சதுரம் மாவட்டத்தை
நட்டநடு ரோட்டில்
ஓட ஓட வெட்டிச் சாய்க்கின்றனர்

நமக்கு மட்டும் முகம் தெரியாத
இந்த மர்மநபர்களில் ஒருவர்
பிறிதொரு நாளில்
நம் தெருவுக்கு வந்து
ஏதேனுமொரு கூட்டத்தில்
'பெரியோர்களே! தாய்மார்களே!'
எனப் பேசத்தொடங்கலாம்

நாமும் வலிக்க வலிக்கக் கைதட்டி
வாய் பிளந்து நிற்போம்

கறை படிந்த கனவு

இந்த இரவு
கனவுகளைத் தின்றே கொழுக்கிறது
உறக்கத்திற்கும் விழிப்புக்கும் இடையே
ஊசலாட்டத்தில் கழிகிறது

செவிகளில் மொய்க்கும் பூச்சிகளைப் போல
காதோரம் புரியா மொழியில்
பேசுகிறது

நள்ளிரவு தாண்டிய ஒரு கணத்திற்குப் பிறகு
சட்டென என்னுள்
ஆழ்ந்து பயணிக்கத் தொடங்குகிறது

ஒரு புரவியில் அமர்த்திக் கொண்டு
சமவெளி பள்ளத்தாக்கு
ஏழுகடல் மலை தாண்டி
இழுத்துச் செல்கிறது

ஒரு
அரூப தேசத்தின்
அழகிய இளவரசியை
இரவெல்லாம்
புணரச் செய்கிறது

விடிந்து விழிக்கையில்
காலில் புழுதியோ
நடுமுதுகில் ஒரு வலியோ
எந்த அடையாளமும்
என் வசமில்லை
இரவை
இளவரசியோடு கழித்ததற்கு

ஆனாலும்
தனக்கே தெரியாமல்
ஒரு தடயத்தை
விட்டுச் சென்று இருக்கிறது
கனவு

காய்ந்தும் காயாமலும்
ஒரு கறையாக

கனவில் வரவிருக்கும் வாள்

வாசலை மறித்து நின்ற
செல்ஃபி புள்ளகிட்ட
எக்ஸ்க்யூஸ் மீ என்று
வழிகேட்டு நுழைகிறேன்

நானே திப்புவாய்
மாறிப்போகும்
ஸ்ப்லிட் பெர்சனாலிட்டியின்
உணர்வில் உள்நகர்கிறேன்

திப்பு
அமர்ந்த நாற்காலி
அருந்திய கோப்பை
பட்டு அண்டர்வேர் வரை
கண்காட்சியில்

சட்டென நிறுத்துகிறது
வெள்ளைக்காரனை எதிர்த்துக்
காற்றில் சுழன்ற வாட்களின்
அணிவகுப்பு

இன்னும் அதில்
மிச்சமிருக்கலாம் வீரனொருவனின்
0.000000001 வியர்வை வாசனை

எத்தனையோ வகை ரத்தம்
பார்த்து இருக்கலாம்
எதிரியின் கழுத்துவரை சென்று திரும்பியிருக்கலாம்

நெடுநாட்களாய் ஓய்வில்
இருக்கும் இந்த வாட்களுக்கு
இன்று இரவு
என் கனவில் சுழலும் வேலை

எல்லோரையும் வீட்டுக்கு
விரட்டுகிறது மழை
சிலர் கடையோரங்களில் ஒதுங்க-
முறுக்கி விரைகின்றன பல டூவீலர்கள்

மழையில் நனைந்தபடி
அழுக்கேறிக் கிழிந்த உடையில்
சாலையோரம்
உதடுகள் முணுமுணுத்தபடி அமர்ந்திருக்கிறாள்
மனம் குலைந்த ஒருத்தி

அவள்
தன்னோடு பேசிக் கொண்டிருப்பதாகச் சொல்லிப்
பொழிகிறது மழை

ஓராயிரம் லைக்குகளும் ஒரேயொரு சிரிப்பும்

அவன் விரல் நுனியிலிருந்து
கசிந்தபடியேதான் இருக்கும்
ஓராயிரம் லைக்குகளும்
ஒருநூறு ஸ்மைலிகளும்

நண்பர்களின் பக்கமெங்கும்
கொட்டிக்கொண்டே செல்லும்
லைக் கர்ண மகராசா அவன்

ஆனாலும்
தினமும் அலுவலகம் கிளம்ப
பைக்கை நகர்த்தும் வேளையில்
குட்டி சைக்கிளில் அமர்ந்து
சிரித்தபடியே அவனை எதிர்நோக்கும்
எதிர்வீட்டுச் சிறுமிக்காக
கடை வாயிலிருந்து
ஒரு குறுஞ்சிரிப்பைக்கூட
ஒருநாளும்
ஒழுக விட்டானில்லை

தனித்தமர்ந்து மது அருந்துதலைப் போல
ஆபத்தானதும் பரிதாபத்துக்குரியதும் ஏதுமில்லை

வான் நோக்கி கோப்பையை உயர்த்தி
சியர்ஸ் சொல்லிக் கொள்கிறான்

இரண்டு குவளைகள் முடிந்ததும் பழைய காதலில் ஒன்று
தலையேறி ஆட்டுகிறது

உலகின் கடைசிநாள் தான் கடைசி மனிதன் என்று
மனசின் மூலையில் ஓர் அறிவிப்பு ஒலிக்கிறது

ஓடியோடி எல்லோருடைய துயர் துடைக்கும்
தேவப்பொடியன் என் மேசைக்கு வருகிறான்

பிரேம் ரமேஷின் கவிதையொன்றை
அவனிடம் பகிர வேண்டும் போலிருக்கிறது

ஊற்றுவதற்கு ஏதுமற்றுப் போக
குரல் வளையைக் குத்தி
குவளையைக் குருதியால் நிரப்பி
அருந்த முயல்கிறான்

நல்ல வேளையாய்
கடிகாரம் சின்ன முள்ளைப் பத்திலும்
பெரிய முள்ளைப் பன்னிரெண்டிலும் நிறுத்துகிறது

நாளை இந்த உலகிற்கு
ஒரு குற்றச் செய்தி குறைகிறது

அப்படியே அழைக்கப்படட்டும்

முறையிட்டுக் கோரிக்கை வைக்க
கெஞ்சி மன்றாட
சாத்தான்களுக்கு
அவசியமாய்த் தேவைப்படவில்லை
ஒரு கடவுள்

ஏனெனில்-
அவர்களுக்குள்
எழுவதேயில்லை
துரோகமும் பாவமும்

மேலும்
ஆட்சேபனையுமில்லை-
நாம் அவர்களை
சாத்தான் என்றழைப்பதில்

‘ஏய்..பாடல் ஒன்று.....’

எழவு வீட்டில்
கவலையான பாவனையில்
உம்மென்று அமர்ந்திருக்கையில்
தூரத்திலிருந்து
காற்றில் மிதந்து வரும்
இளையராஜாவின்
துள்ளிசைப் பாடலைக் கேட்டு
உதடுகள் பழக்கதோஷத்தில்
முணுமுணுத்துவிடாதிருக்க
மேல்வரிசைப் பற்களால்
கீழ் உதட்டை இறுகக் கடித்தபடியே
இருக்க வேண்டியதாகிவிட்டது
அந்தப் பாடல் காற்றில் கரைந்து
கடந்து செல்லும் வரை

மரம் நான்
எனை அசைக்கும்
ஒற்றை இலை நீ

குட்டி வானம்

கொல்லைப்புறம்
குளிக்கும் பாத்திரத்தில்
மிதக்கும் நிலவை
அப்படியே அள்ளிக்கொண்ட
ஓவியாக்குட்டி இப்போது
கைகளை மூடிமூடித் திறக்க
அவளது வானில்
அமாவாசையும் பவுர்ணமியும்
மாறி மாறி
வந்து போகின்றன

பெருந்தாகமும் ஏழு சொட்டுகளும்

'அப்பாவுக்குத் தண்ணி
கொண்டு வாடா செல்லம்'
கேட்டவுடனே தன்
ரயில் வண்டியைக் கிளப்பி
வளைந்து வளைந்து
ஓடித் திரும்பியவன்
கொடுத்த குவளையில்
எத்தனை சொட்டுகள் என்று
எண்ணிவிடலாம் போல
கொஞ்சமே கொஞ்சமாய்
கிடந்தது தண்ணீர்

ஆனாலும்
பெருந்தாகம் தணிக்க
அதுவே போதுமாய் இருந்தது

பெரும்பாலும் இந்த வாழ்க்கை
எளிதில் எதையும் கிட்டச் செய்வதில்லை
ஒரு எளிய குடிமகனின் ஒரு நாளோடு
விளையாடும் அரசுப் பேருந்தைப் போல

நிறுத்தத்திற்கு முன்கூட்டிச் செல்லும்போது
வெகுதாமதமாய் வந்து
பாதங்களை நோகச் செய்யும்

ஓரிரு நொடி தாமதமாய் வரும்நாளில்
கண்முன்னே விரைந்து சென்று
நுரையீரல் திணற ஓட வைக்கும்

அடித்துப் பிடித்து ஏறினாலும்
வியர்வை கசிய மூட்டுகள் கதற
நிற்க வைக்கும்

உட்கார ஒருநாள் இடம் தந்தது
பின்சக்கரத்துக்கு நேர்மேலாய்
மூன்று பேர் இருக்கையில்
கனத்த இரு உருவங்கள் இடையில்

ஓரிரு கிலோமீட்டர் கடந்ததும்
எழுந்துநிற்பதே
சாலச் சிறந்ததாய்ப் பட வைக்கும்

இந்த வாழ்க்கை
எப்போது ஏகாந்தக் காற்றோடு
ஒரு சன்னலோர இருக்கையைத்
தர இருக்கிறதோ அப்போது தரட்டும்

மின்சாரமுண்ட எலிக்குஞ்சு

அதிகாரத்தின் மதில்கள்
மிக மிக உயரமானவை

உயரக்கட்டியும் நம் மீதான
சந்தேகம் தீராது
கைப்பிடிக்கப்படும் இடங்களில்
கண்ணாடிச் சில்லுகள்
கூரிய கம்பிகளை
செருகி வைத்திருக்கும்

உள்ளிருந்து சிறு குரலும்
கசிந்திடாத வண்ணம்
அதன் சன்னல்கள்
இறுகச் சாத்தப்பட்டிருக்கும்

கனகச்சித சீருடை
நட்சத்திரங்கள் ஜொலிக்கும் தோள்கள்
பளபள பூட்ஸ்கள் அணிந்த
அது தூரத்திலிருந்து வெகு அழகு

கோரப் பற்கள் திமிரெடுத்த தோள்கள்
கூரிய நகங்களோடு
நெருங்கும் எளியவர்களிடம்
காட்டுவதற்கு அதற்கு
இன்னொரு குரூர முகமுண்டு

அது கைகளில் வைத்திருக்கும்
கனத்த புத்தகத்தில்தான்
நம் தலையெழுத்து எழுதப்பட்டிருக்கிறது

அதுபடி
அதன் இரும்புக் கைகளால்
நேற்று ஒரு எலிக்குஞ்சு
மின்சாரத்தைத் தன் சிறு பற்களால்
கடித்து இறந்து போனதாகக் கூறி
சடலம் வீசப்பட்டது.
நாற்றம் குடலைப் புரட்டுகிறது

நாம் மூக்கோடு சேர்த்து
வாயைப் பொத்திக்கொள்ள
அதிகாரம் தன் முப்பத்திரண்டு பற்களும் தெரிய
அதிரச் சிரிக்கிறது

பூ வாசம் வீசும் கொலைகள்

பரிசுத்த அழுத்தமொன்று
நரம்புகளில் படர்ந்து
தலைக்கு ஏறி மூளை குடைகிறது

காட்டுக் கூச்சலொன்று
உள்ளுக்குள் பேயாட்டம் ஆட
தனிமையின் மடியில்
தலை சாய்க்க ஏக்கம்

இருளான மூலை தேடி
மதுப்போத்தல் உடைக்கிறேன்

சிரித்தபடி வந்து நலம்
விசாரிக்கிறார் சிப்பந்தி

முன்பின் அறிமுகமில்லா சாலை தேர்ந்தெடுத்து
இரும்புக்குதிரை முடுக்குகையில்
எதிர் வரும் தலைக்கவசம் அணிந்த ஒருவன்
ஐவிரல்களால் புன்னகைக்கிறான்

எங்கெங்கும் சுற்றி காண்
மலர்ச் செண்டு நீட்டும் ஒவ்வொருவரையும்
கொலை செய்து அலறி
வீடு திரும்பி அறைக்குள் தாழிட்டு
தனிமையை இறுக அணைத்து
மகிழ்ச்சியில் கத்துகிறேன்

கதவு தட்டப்படுகிறது
அதே மலர் வாசத்தோடு
ரத்தம் தோய்ந்த அந்தக் கத்தியை
எங்கே வைத்து தொலைத்தேன்?

பாதிக் கதையிலேயே
குழந்தை உறங்கிப் போக-
இன்னும் விழித்திருக்கும்
பிறிதொரு குழந்தையொன்றின்
வீட்டைத் தேடி
அந்த இரவில்
தெருவில் இறங்கி
நடக்கத் தொடங்கிற்று
மீதிக் கதை

மன்னாதி மன்னர்களின்
கிழட்டு அசரீரிகள் ஒலிக்கும்
அரண்மனை அது

காலம் தூசியெனப் படர்ந்த
படிக்கட்டுகளில்
வலது நடந்து இடது திரும்பி
உள்நுழைந்தால்
அந்தப்புர அறையில்
ரசம் பழுப்பேறிய
மீன்கள் நீந்தும் சட்டமிட்ட
கண்ணாடி ஒன்று

அத்தனை இளவரசிகள்
அழகில் திளைத்த போதை தீராது
பூஞ்சை பின்னப்பட்டிருக்கும் அதில்
முகம் பார்க்கிறேன்

தலையில் முளைக்கும் கிரீடம்
உடை நுழையும் வாள்
கொஞ்சம் கொஞ்சமாக
ராஜாவாகிறேன்

முதன்முதலாக
ஜீன்ஸ் அணிந்த ராஜாவைக் கண்டு
கண்ணாடி மிரள்கிறது

மிக வாஞ்சையாய் அதனை வருடி
காதுகளை அதில் பொருத்திக் கொள்ள
இதற்காகவே காத்திருந்தது போல
என் தலைமுடி கோதி
கொட்டத் தொடங்குகிறது
அது காலம் காலமாய் சேகரித்த
அந்தப்புரத்து ரகசியங்களை

குற்றம்

திட்டமிட்டபடி
மிகத் துல்லியமாக
சம்பவம் நிகழ்ந்தேறியது

சில நாட்கள் செல்ல
நீதி கேட்டு
தோள் மாட்டிய தோல் பையோடு
வெளுத்த முகம் சிவந்த கண்களோடு
அதே அறைவாசல்
காலிங் பெல் அழுத்தி
வந்து நிற்கிறாள்

நிரூபிக்க
எந்தச் சாட்சியும்
அவளிடம் இருக்க வாய்ப்பில்லை என்றான்

அவள் சுவரைப் பார்த்தாள்
சுவர் அவளைப் பார்த்தது

எல்லோரும் கைவிட்டு
மூன்று நாட்களாயிற்று

பார்த்ததும் புன்னகையைக்
கசிய விடும் தெருமுனை
பூக்காரக் கிழவி வரை

இதோ இந்த
வழக்கமான பேருந்தும்
நிற்காமல் போகிறது.
வெறுமெனப் பார்த்து நிற்கிறேன்

சட்டென விசில் ஊதி
நிறுத்தப்பட்ட பேருந்துக்குள்ளிருந்து
எனக்கே எனக்காய் ஒரு கை நீள்கிறது

பட்டாணி நிரப்பப்பட்ட துப்பாக்கிகள்

சரட் சரட்டென
பதினாறு கால்கள் ஓடி வருகின்றன.

மேஜையைச் சுற்றி வளைத்து
கைகள் உயர்த்த கட்டளையிடுகின்றன

அதிர்ச்சியில் உறைந்திருப்பவன்
நெற்றிப் பொட்டில் வைத்து
அழுத்தப்படுகிறது ஒரு துப்பாக்கி

வாய் பிளந்து உறைகையில்
மின்மிகை மாநிலத்தில் மூன்றாவது முறை
ஒலி ஒளி போகிறது
திரையில் வெண்ணிறம் படர்கிறது

திறந்திருந்த வாயில்
ஒரு பட்டாணி போட்டு

மெள்ள அரைக்கத் தொடங்குகிறேன்
பக்கத்து இருக்கையிலிருந்து
இந்த அரசாங்கம் குறித்து
ஏதோ கருத்துச் சொல்ல
ஒரு வாய் திறக்கிறது

அதற்கும் ஒரு பட்டாணி ஈயப்பட
அந்த வாயும்
அதை மெள்ள அரைக்கத் தொடங்குகிறது
இருள் மேலும் இருளுகிறது

நிலவு திருடு போன வழக்கு

அகண்ட வானில் எரிகிறது
ஒற்றை விளக்கு
ஆதுரமான வெளிச்சம்
நிலமெங்கும் விரவியிருக்கிறது
கிணற்று நீரில் மிதந்ததை
அள்ளி அவசரமாக
கடலைத் தோலுக்குள் வைத்து
விளையாட்டாய்ப் பூட்டுகின்றன
இரு பிஞ்சுக் கைகள்

ஊரெங்கும் அமளி துமளி
உள்ளூர்க் காவல் நிலையத்திற்குப்
புகார் போனது

வழக்கம்போல் எழுத்தர்
தன் அலைபேசிக்கு
நூறு ரூபாய்த் தீனி
போட்டு வரப் பணித்து
பதிவு செய்து ரசீதும் தந்தார்

கிடைத்ததும் சொல்லி அனுப்புவதாகக்
கடமை நிறைவேற்றினார்
களைத்துப் போனதாக
ஒரு தேநீர் கேட்டுப்
பருகிக் கொண்டார்

ஒருநாள் இருநாள்
வாரங்கள் கடந்தன
இருட்டுக்குப் பழகியிருந்தனர்
தேட யாருமற்றுப் போனது நிலவு

வேலைக்குப் போயினர்
வீடு திரும்பினர்
உண்டனர்; புணர்ந்தனர்; உறங்கிப் போயினர்
மின்கட்டணம் இருமடங்கானதற்கு மட்டும்
முணுமுணுத்தனர்

ஏதொன்றுமில்லையென்று
இந்தப் பூமி சுழல்வதை
நிறுத்திக் கொள்வதில்லை
அதற்கப்புறமும் இருக்கத்தான்
செய்கிறது வாழ்க்கை

நாளை சூரியனைத் திருட
ஒரு திட்டமிருக்கலாம்

உன்னுடன் சண்டையிடும் இரவொன்றில்
தேவைப்படும் என
கண்ணாடிக் குடுவைக்குள்
வார்த்தைகளைப்
பாதுகாத்து வைத்திருந்தேன்

கைதவறிக் குடுவை விழ
வெடித்துச் சிதறின
வார்த்தைகள்

கண்ணாடிச் சில்லுகளை விட-
சிதறிய வார்த்தைகள் கிழித்ததில்
இரவின் பாதையெங்கும்
உதிரச் சுவடுகள்

பற்களிடையே நறநறக்கும் காலம்

திருப்பூர் பனியன் கம்பெனிக்கு
என்னை எழுதித் தந்து
கிளம்பிய அந்த இரவு-

அப்பத்தா
வெற்றிலை மணக்கும்
காய்ந்து போன வாயால்
முத்துக் கருப்பனை
மூன்றுமுறை அழைத்து-
கொஞ்சம் மண்ணை அள்ளி
நெற்றியில் பூசி
மிச்சத்தை என் வாயில் போட்ட
காலத்தின் நறநறப்பு
இன்னும் இருக்கிறது
கடைவாய்ப் பற்கள் ஓரம்

நடுக்காட்டில்
வழிதவறிய ஆட்டுக்குட்டியாக நான்
கூரிய பற்கள்
வெறி ததும்பும் கண்கள் கொண்டு
துரத்தும் ஓநாயாக
இந்த வாழ்க்கை

தெறித்துத் தப்பி ஓடும்போதும்
தேவனிடம் கேட்பதெல்லாம்
அன்றலர்ந்த பூக்களின்மேல்
என் பாய்ச்சலின் தடங்கள்
படாது இருக்கச் செய்வாயாக

மழை நிறத்துப் பெண்

இன்னும் சில நொடிகளில்-
அறிவிக்கப்பட்ட வானிலை
மயிரிழையில் மெய்ப்பிக்கப்படுமாய்
பலத்த காற்றுடன்
மழை வர இருக்கிறது

மழை ரசிக்கத் தோதாய்
ஒரு சன்னலோரம் கிடைக்கிறது
பேருந்தில்

இந்தத் தேவகணத்தை மேலும் சிறப்பிக்க
மூன்றாவது நிறுத்தத்தில்
குடை மடக்கி ஏறுகிறாள்
மழை மேக நிறத்திலொருத்தி

மழைக்கும் அவளுக்கும்
அன்று சரியான போட்டி

ஐந்து இடங்களில்
இருவருக்கும் சமபுள்ளிகள்

ஆறாவதாய் ஒன்றில்
மழை தோற்கவே வாய்ப்பு அதிகம்

அவள் மிகச் சுமார் அழகிதான் என்றபோதும்
எனக்கிருப்பதோ
மிக மோசமான ஆணின் கண்கள்

குழை மாச்சில்

ஒரேயொரு க்ரீம் பிஸ்கெட்
போதுமானதாயிருக்கிறது
குழந்தைகளுக்கு
கொண்டாட்டமானதொரு
நாளைத் தொடங்க

ரொட்டி தனியே
க்ரீம் தனியே
பிரித்தே தின்கின்றனர்

ரொட்டியைக் கடித்தும்
க்ரீமை நக்கியும்
தின்னும் குழந்தைகளிடம்
இந்த உலகிற்குச் சொல்ல
ஒரு செய்தி இருக்கிறது

துன்புறும் கணங்களை
மேலோட்டமாய்க் கடி
இன்பக் கணங்களை
ரசித்து நக்கு

இந்த இரவு
இந்தக் கவிதை
இந்த நான்

கவிதை என்னை
மெல்ல மெல்லத்
தன் வசப்படுத்துகிறது

ஆறுக்கு நான்கு
நகரத்து அறையில்
கையில் கத்தியுள்ள
மனப்பிறழ்வு மனிதனுடன்
கடக்கப் போவதைப் போலானது
இந்த இரவு

இன்னும் சில மணித்துளிகளில்
எவரேனும் வந்து கதவைத் தட்டலாம்
பிழைத்திருக்கும் ஒன்று
அப்போது கதவைத் திறக்கக் கூடும்

08: 20: 20
கடுகு தாளித்த
ரவை உப்புமாவாலானது

09: 40: 13
நகரப் பேருந்தில்
கைக்குழந்தையுடன் ஏறும்
ஒருத்தியின்
முலைப்பால் வாசத்தினாலானது

10: 10: 10
மேலாளர் துப்பிய
மிக மோசமான சொற்களாலானது

01: 30: 17
பக்கத்து இருக்கைப்
பெண்மணி திறக்கும்
சாப்பாட்டு டப்பியிலிருக்கும்
முள்ளங்கிச் சாம்பாராலானது

03: 45: 42
அலுவலகக் கேன்டீன்
மூன்றாவது டேபிளில்
தலைக்குமேல் சுழலும்
சிகரெட் புகையாலானது

06: 35: 33
பவுடர் பூத்த
நடுத்தர வயதுக்காரி
கக்கத்து வியர்வை
வீச்சத்தாலானது

07: 37: 03
வீடு திரும்புகையில்
விபத்துக்குள்ளான

இளம் தகப்பன்
சட்டைப் பையில்
நசுங்கிக் கிடக்கும்
கிலுகிலுப்பையின்
இரத்தத்தினாலானது

09: 59: 51
பரிசுத்த முத்த
எச்சில்களாலானது

10: 18: 11
முயங்கி அசந்து
களைத்துப் போன
நடுத்தர வயது
குறட்டை ஒலியாலானது

இப்படியாக-
ஒவ்வொரு நொடியும்
ஒவ்வொன்றாலானது

கனத்த தூறலுக்கு
ஒதுங்கி நிற்கிறேன்

தலைக்கு மேல்
தாய் முந்தானையென
மரம்
கிளை இலை
விரித்து நிற்கிறது

தூறல் நிற்பதற்கு முன்
செல்ல முயல்கையில்
புளியங்காயைத் தலையில்
விழ வைத்து
தகப்பனாய்க் கண்டிக்கிறது

எல்லோரும் மழை பார்த்த நாளில்
நான் மட்டும்
மரம் பார்க்கிறேன்

அளவான போதை அவ்வளவு நல்லது

எதிலும் ஒரு அளவு வேண்டும்
என்றார்கள்
எவ்வளவு என்றேன்
இவ்வளவு என ஆளுக்கொரு
அளவு சொன்னார்கள்

சொர்க்கத்துக்கு மிக அருகில்
சென்று திரும்ப
ஒரு குவார்ட்டர் ஒரு கட்டிங் போதுமானதாக
அளவு செப்பியவன்
நிறை போதையில் இருந்தான்

விற்பவர்கள் எதற்கும் ஒரு
அளவு வைத்துள்ளனர்
அதற்காக வாங்குபவர்கள் கொசுறு கேட்பதில்
பின் வாங்குவதில்லை

நான்கு என்பது காலை
இட்லிக்கு வைத்திருக்கும் அளவு

அன்றைய தேங்காய்ச் சட்னியின் ருசியோ
கூட இரு இட்லிகள் கேட்கும்

நமக்கானது ஒரு முழம் எனில்
கூடுதலாய் அரை முழம் போட்டுத் தரக் கேட்டு
சண்டை போட்டுக் கொண்டே இருப்போம்
இவ்வளவுதான் வாழ்க்கை

எதையோ தேடிக் கொண்டிருக்கையில்
எதுவோ கிடைக்கிறது
எதையும் தேடாதிருக்கையிலும்
எதுவோ கிடைக்கிறது
எதுவொன்றும் கிடைக்காதபடி
தேடத்தான் பிடிக்கிறது

கிளறச் சளைக்காத கோழியின்
கால்கள் எனக்கு
கொட்டத் தயங்காத கருணையின்
கரங்கள் உனக்கு